ஒரு நட்பு பயணம்

அறம் , நீதி,வெற்றி துணை

சி.சஞ்சனா ஸ்ரீ

ஏலே பதிப்பகம்

ஒரு நட்பு பயணம்
ஆசிரியர் © சி.சஞ்சனா ஸ்ரீ

முதற்பதிப்பு 2021
பக்கங்கள் 41

©C.Sanjana sree
ISBN 978-93-91423-84-1

புத்தகம் வெளியிடு
ஏலே பதிப்பகம்
aelaypublish@gmail.com
phone – 9944992571

Aelay Publish
www.aelaypublish.com

முன்னுரை :

இரத்த பந்தம் கூட இந்தக் காலத்தில் நம்முடன் பயணிக்க சற்று தயங்கி தான் இருக்கிறார்கள். ஆனால் இந்த சுயநலம் நிறைந்த வையகத்தில் நட்பு என்ற ஒரே ஒரு உறவு மட்டும் எவ்வித எதிர்பார்ப்பும், சுயநலமும் இல்லாமல் இயங்கி வருகிறது.அகிலமும் அந்த உறவு கிடைக்க புண்ணியம் செய்திருக்க வேண்டும். சில சமயங்களில் இந்த புனிதமான உறவில் கலங்கம் ஏற்படுத்த சில நபர்கள் அடிஎடுத்து வைப்பார்கள். ஆனால் நெருப்பு போல் கண்ணியம் கொண்ட இந்த பந்தத்தை யாவராலும் கலங்கப்படுத்த இயலாது.

(இக்கதையில் வரும் இடங்களின் பெயர்கள் யாவும் கற்பனையே)

ஒரு நட்பு பயணம்

அகிலம் வணங்கி அறத்துடன் துவங்குவோம்!!

புதிய காலம் , புது வருடம் ,
புது மாதம்,புது நாள் , வெவ்வேறு மாதம்
மற்றும் வருடத்தில் பிறந்த
இணைபிரியா தோழிகளின் ஒரு
சிறுகதை.

"ஸ்ரீ" -யும் , ,"பிரியா"-வும் நெருங்கிய தோழிகளாக
இக்கதையில்....

இந்த பூமிப் பந்தில் அந்த
தேவர்களின் ஆசீர்வாதம் மற்றும்
விருப்பத்தோடு இரு பெண்
குழந்தைகளை படைத்தனர். அந்த
இருவருக்குமான நட்பு பயணமே
இக்கதை..

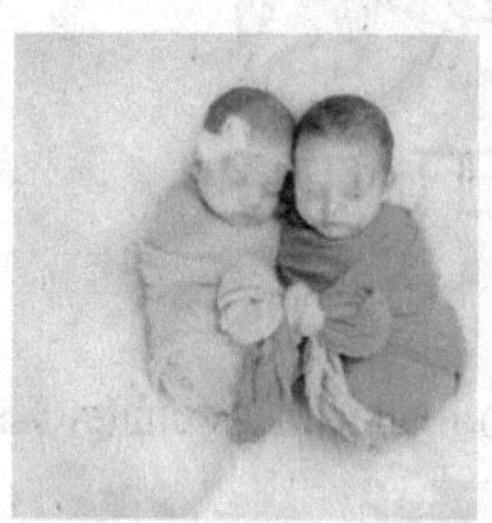

கதைக்குள் செல்வோம்!!

"மல்லி மடம்" எனும் நகரில் இன்பத்தில் வாழ்ந்து மிக சந்தோசமாக ஒரு குழந்தை வளர்ந்து வந்தது அக்குழந்தையின் பெயரோ **"ஸ்ரீ"**.

ஏதும் அறியா அந்த பச்சிளம் பருவத்தில் படகில் அமர்ந்து சந்தோஷி கடலை சுற்றி வருகிறாள்.

அதேசமயம் **"அவனியாபுரம்"** என்ற நகரில் குடும்பத்தின் மூத்த வாரிசாக செல்வத்தையும், செழிப்பையும் கொண்டு ஒரு பெண் குழந்தை வளர்ந்து வருகிறது.

"**பிரியா**" எனும் பெயர் கொண்ட இந்த குழந்தை பெயருக்கு ஏற்றார் போல அனைவரின் மீதும் பிரியம் கொண்டு தாத்தா மற்றும் பாட்டியுடன் பால் மனம் கலங்காமல் வளர்ந்து வருகிறது.

காலங்கள் நகர்ந்து கொண்டிருந்தன....

ஸ்ரீ தனது மூன்றாம் வகுப்பு படித்து முடித்தவுடன் தனது சொந்த ஊரான "**புரோசகின் புரத்திற்கு**" திரும்ப வேண்டிய நேரம் அவளின் குடும்பத்திற்கு ஏற்பட்டது.

வெளுத்த மனம் கொண்ட அந்தப் பச்சிளம் குழந்தை ஊருக்கு செல்கிறோம் என்ற ஆரவாரத்தில் கிளம்பியது.

ஏன் நாம் சொந்த ஊருக்கு செல்கிறோம்**???** எதற்காக**???** என்று கூட அவளுக்கு தெரியாது.

முன்னராக விடுமுறைகளுக்கு மட்டும் சொந்த ஊருக்கு வந்து சென்ற ஸ்ரீ தற்பொழுது சொந்த ஊரில் தங்கும் நிலை ஏற்பட்டுள்ளது.

ஸ்ரீ விடுமுறைகளுக்கு சொந்த ஊருக்கு செல்லும்பொழுது மட்டற்ற மகிழ்ச்சி அடைவாள். ஏனெனில், அவளுக்குப் பிடித்தமான உறவுகள் அங்கே இருந்தது.

ஸ்ரீ சொந்த ஊருக்கு வந்து தங்கும் பொழுது தனக்கு பிடித்தமான அந்த இரு உறவுகளை பிரிகின்றாள்.

ஸ்ரீ அப்பொழுது மிக வேதனை அடைகிறாள். நாம் மல்லி மடத்திலே இருந்திருந்தால் நம் உறவுகளை பிரிந்திருக்க நேரிட்டிருக்காது என்று.

"எதிரியை எதிர்ப்பது கூட அவ்வளவு கடினமல்ல.... நமக்கு பிடித்தவர்கள் நம்மை விட்டு விலகும் வேதனையை விட வேறொன்றும் இல்லை" என்று ஸ்ரீ மிகவும் வருந்துகிறாள்.

ஸ்ரீ தனது சொந்த ஊருக்கு வந்த பிறகு அவள் படிக்க அவனியாபுரத்தில் உள்ள ஒரு தனியார் பள்ளியில் சேருகிறாள்.

அங்கேதான் பொன்னான தாய்தந்தையர் பெற்று சந்தோசமாக வாழ்ந்து வரும் பிரியாவும் படித்துக் கொண்டிருக்கிறாள்.

பிரியாவின் சொந்த ஊரே அவனியாபுரம் தான். பிரியாவும் பள்ளிக்கு வருகிறாள்.

ஸ்ரீ -க்கு அந்தப் பள்ளியில் நண்பர்கள் யாரும் இல்லை.(பள்ளிக்கு வந்த முதல் நாள்) .அங்கே மற்ற மாணவர்களை பார்க்கும் பொழுது ஸ்ரீ-க்கு நட்பு வைத்துக் கொள்ளும் அளவிற்கு யாவரையும் பிடிக்கவில்லை.

ஸ்ரீ பள்ளிக்கு வந்த இரு நாட்களுக்குப் பிறகு பிரியாவை முதல் முறையாக பார்க்கிறாள். பிரியா அப்பொழுது கத்தரிப்பூ ஆடை அணிந்திருந்தாள்.

எனக்கு இங்கு நண்பர்கள் யாருமே இல்லை, நாம் திரும்பவும் நாம் படித்த பள்ளிக்கே சென்று விடலாமோ?? என்று கேள்விக்குறியுடன் இருந்த ஸ்ரீ - க்கு பிரியாவை பார்த்தாதும் ஒரு நிம்மதி ஏற்படுகின்றது.

ஸ்ரீ பள்ளிக்கு புதிது என்பதால் அவளுக்கு பள்ளியில் உள்ள விதிமுறைகள் முழுமையாக தெரியவில்லை. அதனால் அவள் உணவு நேரம் முடியப் போகும் வரை சாப்பிட்டு முடிக்காமல் அமர்ந்திருந்தாள். அந்த நேரத்தில் ஸ்ரீ-க்கு உறுதுணையாய் இருந்து பிரியா அவளுக்கு எல்லா விதிமுறைகளையும் கூறினாள். ஸ்ரீ,பிரியா போன்ற ஒரு நல்ல தோழி கிடைத்ததை நினைத்து மகிழ்கின்றாள்.

ஶ்ரீ - யும் பிரியா - வும் தங்கள் நட்பு பயணத்தை தொடங்கினர். ஆரம்பத்தில் கொஞ்சம் முரண்பாடுகள் இருந்தாலும் ஶ்ரீ-யும் பிரியா - வும் போகப்போக நெருங்கிய தோழிகளாக ஆகிவிட்டார்கள்.

நாட்கள் சென்று கொண்டே இருந்தது... ஶ்ரீ மற்றும் பிரியா-வின் நட்பு வளர்ந்து கொண்டே இருந்தது. கோடை விடுமுறை வந்தது அதனால் பள்ளியை மூடிவிட்டார்கள்.

இருவரும் கோடை விடுமுறை முடித்துவிட்டு பள்ளிக்கு செல்வதற்காக வீடு திரும்பினார்கள்.

பள்ளி திறந்தது. அங்கு ஆசிரியர்கள் "**ஆறாம் வகுப்பிற்காக**"மாணவர்களைப் பிரித்துக் கொண்டிருந்தார்கள்.

அப்பொழுது எதிர்பாராத விதமாக ஸ்ரீ- யும், பிரியா-வும் பிரிக்கப்பட்டனர். பிரியும் பொழுது அவர்களுக்கு வருத்தமாக இருந்தாலும் அவ்வளவாக பொருட்படுத்தி கொள்ளவில்லை.

சில நாட்களுக்குப் பிறகு பெரியதாக எண்ணாத பிரிவு இருவருக்குமே கஷ்டத்தை ஏற்படுத்தியது.

ஸ்ரீ- க்கு அவள் வகுப்பில் யாரும் நண்பர்கள் இல்லை.
ஸ்ரீ - யும் அந்த வகுப்பில் உள்ள யாரையும் தோழியாக ஏற்க
விரும்பவில்லை.

பிரியா - விற்கும் ஸ்ரீ - யை தவிர வேறு யாரையும்
தோழியாக ஏற்றுக்கொள்ள மனம் ஏற்றுக்கொள்ளவில்லை.

இருவருமே அவர்கள் பிரிவை எண்ணி மிக வேதனை
அடைந்தார்கள்.

இருவருமே எப்படியோ அந்த ஆண்டை முடித்து
விட்டார்கள். கோடை விடுமுறையும் வந்து முடிந்தது.
மீண்டும் அனைவரும் பள்ளிக்குத் திரும்பினார்கள்.

ஸ்ரீ- யும், பிரியா-வும் வெறுத்த அந்த பிரிவு தெய்வத்தின் விருப்பத்தால் உடைந்தது. **"ஏழாம் வகுப்பில்"** மீண்டும் ஸ்ரீ - யும், பிரியா - வும் ஒரே பிரிவில் போடப்பட்டார்கள்.

ஸ்ரீ - யும், பிரியா - வும் ஒரே வகுப்பில் இருந்தாலும் பார்த்தவுடன் இருவரும் பேசிக்கொள்ளவில்லை. அப்பொழுது தான் தங்களை ஆறாம் வகுப்பில் பிரித்த ஐந்தாம் வகுப்பு ஆசிரியர் மாணவர்களை பார்க்க ஏழாம் வகுப்பிற்கு வந்திருந்தார்.

அந்த ஆசிரியருக்கு நன்றாக தெரியும் ஸ்ரீ- யும்,
பிரியா -வும் உயிர் தோழிகள் மற்றும் அவர்கள் இணை
பிரியாதவர்கள் என்று. ஆனால் இங்கு எதிர்மாறாக ஸ்ரீ-யும்,
பிரியா-வும் தனித்தனி இருக்கையில் அமர்ந்து
இருந்தார்கள். ஆசிரியருக்கு ஒன்றும் புரியவில்லை. அவர்
தானாக முன்வந்து ஸ்ரீ -ஐயும், பிரியா- வையும் ஒன்றாக
அமர வைத்தார் .

ஸ்ரீ- யும், பிரியா- வும் மிக நெருங்கிய தோழிகள் என்று
பிரியா- வையும் ஸ்ரீ - ஐயும் தெரிந்த அனைவருக்குமே
தெரியும். இன்னும் சொல்லப் போனால் அந்தப் பள்ளி
முழுவதுமாக இருவருமே உயிர் தோழிகள் என்று தெரியும்.
மாணவர்களுக்கும் இவர்கள் ஏன் தனித்தனியாக
அமர்ந்திருக்கிறார்கள் என்று ஒன்னும் புரியவில்லை. பிறகு
அவர்களாகவே புரிந்து கொண்டார்கள் இருவருக்குள்ளும்
ஏதோ மனவருத்தம் இருக்கின்றது என்று .

ஸ்ரீ - யும், பிரியா- வும் இப்பொழுதுதான் பேசத்
தொடங்குகிறார்கள். அவர்களுக்குள் நேரடி விவாதமோ ,
சண்டையோ எதுவுமே நடக்கவில்லை,பிறகு ஏன்
பேசவில்லை என்று ஒருவருக்கொருவர் கேட்டுக்
கொள்கிறார்கள்.

ஸ்ரீ-யின் வருத்தத்தை அவள் எடுத்துக் கூறுகிறாள்.
அதேபோல் பிரியா-வும் அவளது வருத்தத்தை கூறுகிறாள்.
பிறகுதான் இருவருக்குமே தெரியவந்தது தங்களை பிரிக்க
சில சதிகள் நடந்துள்ளது என்று. அந்த சதி என்னவென்றால்
ஸ்ரீ - யிடம் சென்று ஒரு மாணவி உன்னுடன் பிரியா- விற்கு
பேச விருப்பம் இல்லையாம் என்றும் பிரியா-விடம் சென்று
உன்னுடன் ஸ்ரீ- க்கு பேச விருப்பம் இல்லையாம் என்று கூறி
உள்ளால் அந்த மாணவி.

இருவருக்குமே இந்த உண்மை மனம் விட்டு பேசிக் கொள்ளும் போது தான் தெரியவருகிறது ஆகவே, **"நேருக்கு நேர் வெளிப்படையாக கேட்டுக் கொண்டால் பிரச்சனை இல்லை"**என்பதை இருவருமே உணர்கின்றனர்.

ஸ்ரீ-யும், பிரியா-வும் உரையாடிவிட்டு என்னதான் நடந்தாலும் யாரும் நம்மை பிரிக்க இயலாது. ஏனெனில் நம் நட்பு கண்ணியமான நட்பு எனப் பேசி மகிழ்ந்து கொண்டனர். இந்தப் பிரச்சினை முடிந்தது இனிமேல் யாரும் நம்மை பிரிக்க இயலாது என்று எண்ணுகையில் மற்றொரு பிரச்சனை.

ஏழாம் வகுப்பில் அவர்களது நட்பை பிரிக்க வகுப்பின் ஆசிரியரே சில சதி செயல்களை தீட்டி வருகிறார். ஆசிரியர் என்னதான் முயற்சித்தாலும் ஆசிரியரின் முயற்சி தோல்வியிலே முடிவுற்றது.

இவர்கள் இருவருக்குமான நட்பு பந்தம் இறுகிக்
கொண்டே இருக்கிறது. இதுவரை அவர்களுக்குள் இருந்தது
குழந்தைத்தனமான நட்பு. இந்த குழந்தைத்தனமான நட்பு
அடுத்த கட்டத்திற்கு செல்கிறது. அங்கு அன்பின்
பரிமாற்றம் வளருகிறது. **"கூட்டு சேர்ந்தால் கெட்டு
விடுவார்கள் என்ற பெரியவர்களின் எண்ணத்தை
மாற்றும்படி அவர்களின் நட்பு இருந்தது."**

ஸ்ரீ - யும் , பிரியா-வும் அடிக்கடி சண்டையிட்டுக்
கொள்வார்கள். ஆனால் மறுபடியும் தங்களது இயல்பு
நிலைக்கு திரும்பி விடுவார்கள். மாதக்கணக்கில் பேசிக்
கொள்ளாவிட்டாலும் அவர்களுக்குள் இருந்த பந்தம் என்றும்
உடைந்தது இல்லை.

ஸ்ரீ மற்றும் பிரியா-வுடன் **"ஹரிநாராயணி"**, **"கீர்த்திகா"** என்ற இரு தோழிகள் இணைகின்றனர். இரட்டை நபருடன் தொடங்கிய நட்பு இப்பொழுது நான்கு பேர் கொண்ட கூட்டணியாக அமைகின்றது.

ஒரு முறை **"எட்டாம் வகுப்பில்"**ஆசிரியர் மற்றும் பெற்றோர் கலந்தாய்வு கூட்டம் நடைபெற்றது. அப்பொழுது ஸ்ரீ பள்ளிக்கு வரவில்லை. பிரியா, ஹரிநாராயணி, கீர்த்திகா இவர்கள் மூவர் மட்டுமே பள்ளிக்கு வந்து இருந்தார்கள்.

அப்பொழுது கலந்தாய்வுக்கு வந்திருந்த பிரியா,
ஹரிநாராயணி மற்றும் கீர்த்திகா இவர்களின்
பெற்றோர்களிடம் ஆசிரியர் பேசத் தொடங்கினார்.
ஆசிரியர் பெற்றோர்களிடம் உரைத்தது என்னவென்றால்
ஸ்ரீ, பிரியா, ஹரிநாராயணி மற்றும் கீர்த்திகா இவர்கள்
நால்வருக்கும் இடையில் இருக்கும் நட்பு சீரானது மற்றும்
ஒழுக்கம் உடையது என்று கூறுகிறார்.

அந்த நட்பு குழுவிலிருந்த அனைவருக்குமே ஆசிரியர்
கூறியது மிக மகிழ்ச்சி அளித்தது. ஸ்ரீ பள்ளிக்கு வந்தவுடன்
நடந்ததைக் கூறி அனைவருமே புன்னகை பூத்தனர்.
இவ்வாறாக இவர்கள் நட்பு பயணத்தோடு படிப்பும் எந்த
குறையும் இல்லாமல் நன்றாக சென்றது.

நான்கு பேருமே தங்களுக்குள் எந்த வித தீய பழக்கமும் நுழையக்கூடாது என்று உறுதியாக இருந்தார்கள். அந்தஆண்டு அவர்களை சுற்றுலாவிற்கு பள்ளியிலிருந்து அழைத்து சென்றார்கள். அந்த நட்பு குழுவில் கீர்த்திகா மட்டும் சுற்றுலாவிற்கு வரவில்லை.

பள்ளியில் மாணவர்களை சுற்றுலாவிற்கு **"தனுஷ்கோடியில் அமைந்துள்ள அப்துல் கலாம் நினைவிடம்"**, **"ராமேஸ்வரத்தில் உள்ள கோவில்"** மற்றும் **"பாம்பன் பாலத்திற்கு"** அழைத்துச் சென்றார்கள்.

மாணவர்கள் அதிகாலையில் கிளம்புவதால் மாணவர்களை காலை உணவு மற்றும் மதிய உணவை வீட்டிலிருந்து எடுத்து வர சொல்லி இருந்தார்கள். மாணவர்களுக்கு காலை உணவு சாப்பிடுவதற்கு ராமேஸ்வரத்திற்கு போற வழியில் உள்ள ஒரு அரசுப் பள்ளியில் அமர்ந்து சாப்பிட சொன்னார்கள். காலை உணவை முடித்து விட்டு பயணத்தைத் தொடங்கினர்.

அனைவருமே மிக ஆரவாரத்தோடு பயணித்தனர் மற்றும் அந்த நட்பு குழுவிலுள்ள மூவருமே ஆடிப்பாடி மிகவும் மகிழ்வுற்றனர். மாணவர்கள் சுற்றுலா சென்ற இடத்தை மிகவும் ரசித்து மகிழ்ச்சியாக இருந்தனர்.

மதிய உணவை ஒரு காட்டுப் பகுதியில் சாப்பிட்டு முடித்தார்கள். அந்தக் காட்டுப் பகுதி மாணவர்களுக்கு மிகவும் பிடித்தமானதாக இருந்தது. வெட்டவெளியில் அமர்ந்து தமது நண்பர்களுடன் உண்ணுவது அந்த நட்பு குழுவில் இருக்கும் அனைவருக்கும் மிகவும் இன்பம் அளித்தது.

 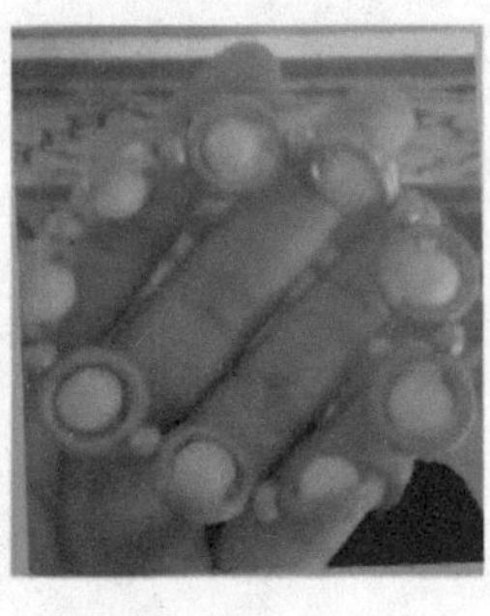

மேலும் அங்கு சுற்றுலா நினைவுக்காக அந்த நட்பு குழு ஒரே மாதிரியான **"கை ஆபரணங்கள்"** மற்றும் ஒரே மாதிரியான **"பொம்மைகளை "** வாங்கினார்கள். பகல் சாயத் தொடங்கியது இரவு நேரமானதால் ஒரு உணவு விடுதியில் மாணவர்களுக்கு உணவை பள்ளியில் இருந்தே வாங்கிக் கொடுத்தார்கள்.

நாள் முழுவதும் ஆடி பாடி மகிழ்ந்து மிகவும் சந்தோஷமாக மாணவர்கள் இருந்தனர். மிகவும் அசதி கொண்டதனால் சில மாணவர்கள் ஊர்தியிலே தூங்கி விட்டனர் மற்றும் சில மாணவர்கள் சுவாரசியமாய் பேசிக்கொண்டே வந்தார்கள்.

பயணத்தில் ஆடிப்பாடி கூச்சலிட்டதில் ஸ்ரீ மற்றும் ஹரிநாராயணி - க்கு தொண்டை கட்டி விட்டது. சந்தோசத்தில் அவர்களுக்கு அதெல்லாம் பெரிதாக தெரியவில்லை.

மாணவர்களை பெற்றோர்கள் பள்ளிக்கு வந்து அழைத்துச் சென்றார்கள். சுற்றுலா முடிவடைந்தது.

சுற்றுலா முடிந்து பள்ளி திறக்கப்படுகின்றது. சுற்றுலா வராத தங்கள் வகுப்பு ஆசிரியரிடம் நடந்ததையெல்லாம் கூறி மாணவர்கள் மகிழ்ந்து கொண்டார்கள்.

அந்த கல்வி ஆண்டும் நிறைவடைய போகின்றது.
கோடை விடுமுறையும் மாணவர்களுக்கு
வழங்கப்படுகிறது. மாணவர்கள் அனைவரும்
கோடைவிடுமுறை எண்ணி மகிழ்ந்தாலும் அவர்களுக்குள்
ஒரு சின்ன நடுக்கம் இருந்து கொண்டே இருந்தது.
ஏனெனில், அடுத்த வருடம் இதே போல் கோடை விடுமுறை
விட வாய்ப்பில்லை. அடுத்த வருடம் நாம் அனைவரும்
ஒன்பதாம் வகுப்பு, அந்த வகுப்பு முடிந்ததும் பத்தாம்
வகுப்பிற்கான பாடத்தை நடத்துவார்கள் என்ற ஒரு அச்சம்
மாணவர்களிடையே தென்பட்டது.

எனினும் கோடை விடுமுறையை முடித்துவிட்டு
அனைவரும் பள்ளி திரும்பினர்.

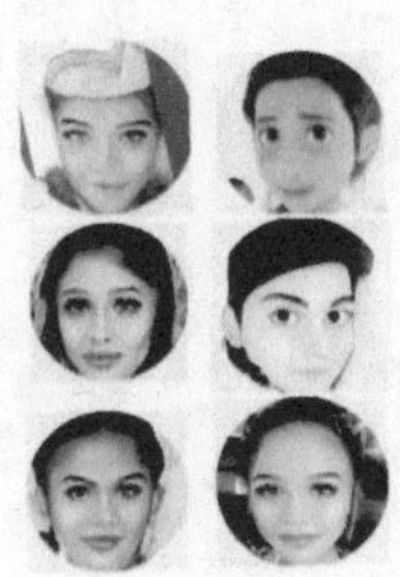

ஸ்ரீ, பிரியா மற்ற இருவருமே வந்திருந்தார்கள். **"ஒன்பதாம் வகுப்பில்"** புதிதாக நிறைய மாணவர் சேர்க்கை இருந்தது. அந்தப் புதிய வருகையில் நட்பு குழுவில் மீண்டும் **"சந்தியா"**, **"பவுஜத் பாரா"** ஆகிய இருவர் இணைகின்றனர்.

இரு தோழிகளுடன் ஆரம்பித்த நட்பு நான்காய் வளர்ந்து தற்பொழுது ஆறாய்ப் பெருக்கெடுத்து நிற்கின்றது.

வகுப்பு ஆரம்பித்து ஒருவாரம் வரை மிகவும் நன்றாக சென்றது. **"எமன் தேவலோகத்திலிருந்து வந்து பூலோகத்தில் உள்ள மக்களை அழைத்துச் செல்லும்படி"** மாணவர்களைப் பிரிக்க ஆசிரியர்கள் வந்துவிட்டார்கள்.

அவ்வாறே புதிதாக இணைந்த இரு தோழிகளையும் பிரித்து விட்டனர். "பேருந்து அடியில் விழுந்து உயிர் தப்புவது போல் இருவரும் மீண்டும் இந்த நட்பு குழுவோடு இணைந்தனர்."

ஒன்பதாம் வகுப்பு துவக்கம் நன்றாக தான் சென்றது. பிறகு பள்ளியில் ஒன்பதாம் வகுப்பிற்கு சிறப்பு வகுப்புகள் மேற்கொள்ளப்பட்டது. அந்த சமயம் ஸ்ரீ மற்றும் சந்தியா ஆகியோர்கள் வெளியூர் என்பதால் சிறப்பு வகுப்புகளை முடித்துவிட்டு வீடு திரும்ப இரவாகி விடுகிறது. நேரம் செலவாகுவதால் சந்தியாவின் வீட்டில் அவளைப் பள்ளி விடுதியில் சேர்த்து விட்டார்கள். ஸ்ரீ-க்கு நேர பிரச்சனை கொஞ்சம் கொஞ்சமாக குறைந்ததால் அவள் வீட்டிலிருந்தே பள்ளிக்கு வந்தாள்.

பள்ளி வாழ்க்கை மற்றும் நட்பு பயணம் அனைத்தும் நன்றாக சென்று கொண்டிருந்தது.

இவ்வுலகிற்கு ஓய்வு வேண்டும் என்பதாலோ கொரோனா என்ற நோய் உலகை முழுவதும் முடக்கி வைத்து விட்டது . பச்சிளம் குழந்தையைக் கூட கொரோனா விட்டுவிடவில்லை . கொரனோ பரவல் அதிகரித்த நிலையில் பள்ளிகளும் மூடப்பட்டது.

பள்ளிகள் மூடப்பட்டதால் மாணவர்களுக்கு ஆன்லைனில் வகுப்புகள் தொடங்கப்பட்டது. ஒருவேளை சோற்றுக்கு திண்டாடிய ஏழை மக்கள் தங்கள் குழந்தைகளின் ஆன்லைன் வகுப்பிற்காக செல்போன்களை வாங்க அத்துணை அவதியடைந்தனர்.

இந்த ஆன்லைன் வகுப்புகள் மாணவர்களுக்கு ஒரு தடையாக இருந்தது. தமக்குள் இருக்கும் திறமைகளை வெளிக்கொணர மாணவர்களுக்கு வாய்ப்பே கிடைக்கவில்லை மற்றும் ஆசிரியருடன் உரையாடுவதும் , நண்பர்களுடன் விளையாடுவது என்ற எண்ணற்ற செயல்களை மாணவர்கள் இழந்தனர்.

இதில் பெரும் அதிர்ச்சி என்னவென்றால் அந்த ஆண்டுதான் ஸ்ரீ, பிரியா, கீர்த்திகா ,சந்தியா, ஹரிநாராயணி, பவுஜத் பாரா ஆகிய **6** பேரும் " **பத்தாம் வகுப்பு**". என்ன செய்யப் போகிறோமோ?? என்ற அச்சம் அவர்களை மன அழுத்தத்திற்கு தள்ளியது.

ஓராண்டு ஆகியது இருப்பினும் கொரோனா பரவல் முழுமையாக குறையவில்லை. தாய் மற்றும் குழந்தையின் தொப்புள் கொடி உறவை கூட இந்தக் கொடிய கொரோனா பிரித்து வைத்தது.

ஆராய் இருந்த நட்பு கூட்டம் கொஞ்சம் கொஞ்சமாக கரைகின்றது. அந்த நட்புக் கூட்டத்தில் ஒரு தோழி தன் படிப்பை பாதியிலே நிறுத்திவிட்டாள்.

கொரோனா என்ற கொடிய நோய் மனித வர்க்கத்தை அழிப்பது மட்டுமல்லாது சில மாணவர்களின் படிப்பையும் பாதித்தது. இவ்வாறாக ஆன்லைன் வகுப்புகள் சென்றுகொண்டே இருந்தது. ஸ்ரீ-யும், பிரியா-வும் தாங்கள் பள்ளியில் எவ்வாறு சந்தேகத்தை தீர்த்துக் கொள்வார்களோ அதேபோல்தான் ஆன்லைன் வகுப்பிலும் இருவரும் சந்தேகத்தைக் கேட்டு தெரிந்து கொள்வார்கள். மேலும் அவர்களுக்குள் இருந்த தொலைவு அவர்களை பிரிக்கவில்லை.

ஸ்ரீ- க்கும், பிரியா- விற்கும் இடையிலான பந்தம் இந்த கொரோனா பேரிடர் காலத்தில் இன்னும் வலுவடைகிறது. பழகிய நாள் முதல், அவர்கள் இருவருமே தினம்தினம் அவரவர் வாழ்க்கையில் என்ன நடந்தது? என்ன நடக்கின்றது?என்ற அனைத்தையும் பகிர்ந்து கொள்வார்கள்.

அவர்கள் இருவரும் பள்ளியில் எப்படி அன்புச் சண்டையிட்டுக் கொள்வார்களோ அதேபோலவே ஆன்லைனிலும் குட்டி குட்டி சண்டை இட்டு கொள்வார்கள். எவ்வளவு சண்டையிட்டாலும் அவர்கள் பந்தம் பிரியாத பாலம் போல் தென்பட்டது.

ஒரு முறை ஸ்ரீ அவனியாபுரத்தில் உள்ள தனது அத்தை வீட்டிற்குச் சென்றிருந்தாள். அங்கேதான் பிரியா-வின் வீடும் அமைந்துள்ளது. பிரியா முன்னராக ஸ்ரீ- இடம் கூறியிருந்தாள். அதாவது, நீ என்னுடைய இல்லத்திற்கு வர வேண்டும் என்று. ஸ்ரீ-யும், பிரியா-வின் ஆசைக்காக அவளது வீட்டிற்கு சென்றாள். பத்து மாதங்களுக்கு பிறகு இருவருமே நேரடியாக சந்திக்கின்றார்கள். இருவருக்குமே மலை கொள்ளாத அளவிற்கு மகிழ்ச்சி. ஸ்ரீ, பிரியாவை பார்த்துவிட்டு வீடு திரும்பினாள்.

ஸ்ரீ தனது வீட்டிற்கு சென்று தனது அம்மாவிடம் பிரியா வீட்டிற்கு சென்று வந்ததைப் பற்றி உரையாடி மகிழ்ந்தாள்.

கொரோனா என்ற கொடிய நோய் மக்களை வீட்டில் முடக்கி வைத்தது மட்டுமல்லாமல் சிலரை மன அழுத்தத்திற்கு தள்ளியது. அவ்வாறே ஸ்ரீ - ஐயும் ஒரு தீர்வு இல்லா குழப்பத்திற்கு தள்ளியது.

இவர்கள் பத்தாம் வகுப்பு என்பதால் அந்த ஆண்டு இறுதியில் பொதுத்தேர்வு எழுதும் மாணவர்களுக்கு மட்டும் பள்ளி தொடங்கப்பட்டது. பள்ளி தொடங்கியது மாணவர்கள் வருகையும் இருந்தது. ஆனால் கொரோனா இன்னும் முழுமையாக அழியவில்லை என்ற அச்சம் அனைவருக்குமே இருந்தது.

அனைவரும் முகக்கவசம் அணிந்து இருந்தாலே வகுப்பில் அனுமதிக்கப்பட்டனர். ஸ்ரீ-யும் ,பிரியா-வும் தாங்கள் பள்ளிக்கு வந்ததை எண்ணி மகிழ்ந்தார்கள்.

பத்தாம் வகுப்பு பொதுத்தேர்விற்கு மிகக் குறுகிய காலம் மட்டுமே அவர்களுக்கு இருந்தது. ஓராண்டு வீட்டில் இருந்து பாடம் படித்தாளும் நேரடி வகுப்பு போல் அவர்களுக்கு இல்லை. அது மிகவும் நெருக்கடியான காலம் அவர்களுக்கு. இந்த நெருக்கடி சில மாணவர்களை மன அழுத்தத்திற்கு தள்ளியது.

ஸ்ரீ-யும், பிரியா-வும் தங்களுக்குள் எவ்வளவு அழுத்தம் இருந்தாலும் இருவரும் ஒருவருக்கொருவர் கொட்டிவிட்டு தங்களது படித்து சாதிக்க வேண்டும் என்ற இலக்கை நோக்கி ஓடிக்கொண்டே இருந்தார்கள்.

பல இன்னல்கள், தடைகள், ஏமாற்றங்கள் அனைத்தும் அங்கே இருந்தது. எனினும், தங்களது இலக்கை நோக்கி மாணவர்கள் ஓடிக்கொண்டிருக்கும் சமயத்தில் கொரோனா தொற்று மிகவும் அதிகரித்தது. இந்த நிலையில் மாணவர்களுக்கு தேர்வு நடத்தினால் நிறைய பாதிப்பு ஏற்படும் என்பதால் அரசாங்கம் அந்த ஆண்டு தேர்வை ரத்து செய்தது.

இது மகிழ்ச்சியே என்றாலும் ஸ்ரீ மற்றும் பிரியாவை போன்று உள்ள மாணவர்களுக்கு ஒரு சிறு வருத்தத்தை மட்டும் அளித்தது. பிறகு அவர்களும் வருத்தம் என்றாலும் நன்மைக்கே என்று எடுத்துக் கொண்டார்கள். பள்ளிகள் மீண்டும் மூடப்பட்டது.

பள்ளி திறக்கப்படுவதற்கு முன்னராக இருந்த கொரனோ விடுமுறையில் ஸ்ரீ- க்கு ஏற்பட்ட குழப்பம் பிரியா-வுடன் இருந்த இந்த காலகட்டத்தில் தீர்ந்தது.

பள்ளிகள் மூடப்பட்டாலும் ஸ்ரீ- யும் , பிரியா-வும் தொடர்பில்தான் இருந்து கொண்டே இருந்தார்கள். சிறுசிறு சண்டை இட்டாலும் அவர்களுக்குள் வேறொரு நபரை அவர்கள் பந்தத்தில் நுழைய அனுமதிக்கவில்லை. இது ஒரு *ஏழு ஆண்டு* நட்பு வாழ்க்கை.

இன்னும் பல்லாண்டு அவர்கள் நட்பு பிரியாமல் இருக்க அந்த ஆண்டவனை பிரார்த்திப்போம்.

"தொடரும் இந்த நட்பின் பயணம்".

முடிவுரை:

நட்பு என்ற வார்த்தைக்கு அழகு சேர்த்துள்ளார்கள் ஸ்ரீ மற்றும் பிரியா. இவர்களின் ஏழு ஆண்டு நட்பு அவர்கள் வீழ்ந்து மடியும் வரை தொடர வேண்டும். இதுவரை அவர்களுக்குள் பிரிவு என்ற வார்த்தைக்கே இடமிருந்தது இல்லை. இனிமேலும் தென்பட கூடாதென்று ஆசைக் கொள்ளுவோம்.

இந்த அழகான நட்பு பயணம் கொண்ட ஸ்ரீ மற்றும் பிரியா-வை எண்ணி மகிழ்கிறேன். இது உண்மை கதையே !!

ஆசிரியர் குறிப்பு:

சி. சஞ்சனா ஸ்ரீ, சி.சிற்றரசு - காஞ்சனா ஆகிய தம்பதியருக்கு **11.10.2005** - இல் புதுக்கோட்டை மாவட்டம் அறந்தாங்கி வட்டம் மைவயல் கிராமத்தில் பிறந்தவர். கவி மீதும் மிகுந்த ஆர்வம் கொண்டுள்ளவர் . ஆறாம் வகுப்பு முதல் கவி மீது ஆர்வம் கொண்டு எழுத துவங்கினார். ஆசிரியரின் சொந்த நட்பு கதையே ஒரு நட்பு பயணம் என்ற சிறுகதை.

சி.சஞ்சனா ஸ்ரீ

www.ingramcontent.com/pod-product-compliance
Lightning Source LLC
Chambersburg PA
CBHW021804130726
47987CB00008B/3014